NGHỆ THUẬT ĐỂ VẼ

NGUYỄN PHẠM THÚY HƯƠNG

NHÂN ẢNH
2021

Số bản quyền: tf – 470 - 11

MỤC LỤC

LỜI GIỚI THIỆU

Từ một cảm xúc tuyệt vời, bạn bắt đầu vẽ. Có một tiếng vọng từ trong sâu thẳm khiến bạn xúc động khi đứng trước một bức tranh đẹp, có lẽ nó đã ám ảnh bạn từ khi còn nhỏ, nó nói với bạn rằng tôi muốn vẽ và tôi sẽ vẽ đẹp hơn nữa ...

Và vậy thì bạn đã bước vào bước khởi đầu của con đường nghệ thuật mà bản thân bạn muốn lựa chọn một cách không ý thức: hội họa.

Bạn định vẽ gì? Một con chim, một bức chân dung của người bạn yêu thương, một bức tranh phong cảnh hay một bức tranh trừu tượng đầy màu sắc mà không có những hình ảnh phản ánh một trạng thái vô thức? ... như nhiều người nói ngày nay, hãy "thả mình đi và hãy vẽ trong vô thức".

Thúy Hương nghĩ bạn có quyền tự do lựa chọn. Câu hỏi không phải là bạn sẽ vẽ gì, mà là biết cách chuyển tải cái chủ đề mà bạn muốn vẽ bằng cái linh hồn bên trong của nó.

Và đó là lý do tại sao Thúy Hương viết cái lý thuyết cốt yếu và tóm tắt này của mình, chỉ cho bạn cách vẽ một bức tranh với tất cả các yếu tố cần thiết của nó. Đó là những hình ảnh, màu sắc, bố cục bằng các chất liệu khác nhau, kèm theo đó là sự tổng hợp phân tích, đặc biệt là những kỹ thuật tranh của nghệ thuật hiện đại, để các bạn hiểu về hội họa, có thể tự đánh giá những tác phẩm của chính mình.

Bạn sẽ là một nghệ sĩ nghiệp dư hay một nghệ sĩ tài năng muốn cống hiến cuộc đời mình cho sự sáng tạo nghệ thuật? Thời gian sẽ cho bạn câu trả lời. Thúy Hương chỉ mong ước rằng sự quyến rũ của nghệ thuật sẽ mời gọi bạn trong một cuộc hành trình dài.

Cảm ơn vì đã đọc nó và chia sẻ khóa học với Thúy Hương.

Thúy Hương

NGHỆ SĨ LÀ AI?

rồi thì
người đã đến
như một giấc mơ
như vườn xanh hoa lá phủ đầy hương mộng

Có một câu châm ngôn đã nhận định rằng: "Làm việc bằng tay chân là người lao động, làm việc bằng trí óc là người trí thức, còn làm việc bằng tay chân, khối óc và bằng cả tâm hồn là người nghệ sĩ."

Có hai cách nghĩ về thuật ngữ "nghệ sĩ", nghệ sĩ chuyên nghiệp và nghệ sĩ tính.

Nghệ sĩ chuyên nghiệp là những người làm các công việc thuộc về các lĩnh vực văn học nghệ thuật như hội họa, âm nhạc, ca múa, văn học, thơ ca ...Còn nghệ sĩ tính là tất cả những người làm các nghành nghề khác nhau nhưng lại có cá tính văn nghệ, có nhiều xúc cảm và thậm chí có tài năng trong lĩnh vực riêng của họ, không kể là một nhà khoa học hay một anh công dân.

Nghệ sĩ chuyên nghiệp bỏ ra một đời để trăn trở và thao thức về sự sáng tạo cho công việc nghệ thuật của mình. Công việc sáng tạo đòi hỏi một xúc cảm mãnh liệt tương ứng với trí thông minh của anh ta. Sự thông minh mà theo vua Salomon:

"Sự thông minh giống như một bữa tiệc chiêu đãi tất cả mọi người. Bởi vì ngày mà Thiên Chúa tạo ra bầu trời và mặt đất, ngày đó sự thông minh đã hiện hữu như là một món qùa của Thượng đế."

NGHỆ THUẬT LÀ GÌ?

Ngày xưa người Do Thái đã xây dựng tháp Babel. "Họ bảo nhau: "Nào! ta hãy đúc gạch và lấy nhựa mà nung". Họ dùng gạch thay vì đá và lấy nhựa đen làm hồ."

Và như vậy họ đã xây dựng nên một lâu đài ảo mộng.

Thiên Chúa cũng nói với Môi sê, rằng ta sẽ sáng tạo ra những nghệ sĩ có linh hồn giống ta, để bọn họ làm đẹp cho ngôi đền thờ phượng của ta. Chúng ta thấy, ngay cả Đức Chúa ngài cũng mơ về một cái đẹp vĩnh hằng.

Vậy nghệ thuật trước hết là cái đẹp ảo tưởng, nó có quyền lực làm quyến rũ và rung động tâm trí con người.

Một bài thơ hay, một bản nhạc êm dịu, một bức tranh tuyệt tác... đều có tác động vào tinh thần của chúng ta và làm cho thăng hoa.

Nghệ thuật là xa xỉ đối với một đời sống nghèo nàn về cơm áo, nhưng nếu không có nghệ thuật thì cuộc đời giống như một dòng sông khô cạn, một rừng hoa khô héo thiếu vắng những cơn mưa và mặt trời thì đã chết.

I. CÁCH LÀM NỔI VẬT

1) Đường chu vi

Câu hỏi về nguồn gốc của bức tranh là một bí ẩn. Người Ai Cập khẳng định rằng hội họa bắt đầu ở đất nước họ khoảng 6.000 năm trước khi đến Hy Lạp. Đây là một ảo tưởng, nó có thể là một ảo tưởng viển vông. Và người Hy Lạp cũng nói rằng hội họa bắt đầu từ Corinto. Nhưng ngay cả như vậy, tất cả đều nói về đường chu vi bao xung quanh hình bóng của người.

Giới hạn của chu vi là một công việc liên quan đến các đường bao quanh để xác định khuôn mặt của hình ảnh. Trong một bức tranh, nếu bạn muốn thể hiện các đối tượng một cách nhẹ nhàng, cường độ của đường chu vi là một yếu tố rất quan trọng.

Trong tất cả mọi vật trong tự nhiên, cường độ của đường chu vi không bao giờ đồng nhất vì ánh sáng phản xạ.

Những vật ở gần có chu vi rất khó phân biệt, giống như những vật ở gần ánh sáng có bóng lớn và mờ.

Trong hình lồi, đường chu vi sẽ nhẹ hơn và mỏng hơn và trong hình lõm cường độ của nó sẽ tối hơn và dày hơn.

Trong bóng râm, chu vi của đường lõm và lồi sẽ có cường độ nhỏ hơn khi chúng ở trong khu vực có nhiều ánh sáng nhất.

Nếu một vật thể ở gần vật thể khác và có màu sáng, chẳng hạn như màu vàng hoặc màu trắng, vật thể đó sẽ nhận được ánh sáng phản xạ và do đó, đường nét sẽ rõ ràng hơn, nhưng không rõ ràng như khi vật thể nhận được ánh sáng trực tiếp.

Đường phân cách các phần của vật thể sẽ đậm hơn và mạnh hơn.

2) Sự phân bố ánh sáng

Nó cũng là một yếu tố rất quan trọng để có thể tạo ra sự làm nổi hình ảnh. Trước hết, hãy chọn khu vực có ánh sáng phù hợp với những gì bạn định vẽ. Sử dụng ánh sáng mặt trời, ánh sáng từ đôi mắt và cánh tay của bạn để định hướng bản thân. Mặt trời sẽ ở trên cánh tay trái của bạn.

Ví dụ, nếu bạn phải vẽ bên trong phòng vẽ hoặc nơi ánh sáng không đủ, nếu nó đến từ nhiều nơi, thì bạn sẽ phải đặt những gì bạn sẽ vẽ ở nơi có ánh sáng bên cạnh để nó thể hiện ba các mức độ ánh sáng: ánh sáng đầy đủ, ánh sáng trung bình và ánh sáng dịu.

3) Ánh sáng và bóng tối

Một hình ảnh luôn đi kèm với ánh sáng và bóng tối. Có hai loại ánh sáng: ánh sáng chính đến từ mặt trời, bầu trời hoặc đèn và một loại khác là ánh sáng phản xạ được tạo ra từ hình ảnh này sang hình ảnh khác.

Bóng có ba loại:

Bóng trực tiếp, được tạo ra bởi ánh sáng chính trong ảnh.

Bóng phản xạ, được tạo ra bởi ánh sáng phản xạ từ hình ảnh này sang hình ảnh khác.

Bóng đổ, được tạo ra bởi bóng của cùng một hình ảnh.

Trong số các bóng tối, những bóng nào ở gần mắt hơn sẽ mạnh hơn và những bóng ở xa hơn không thể phân biệt rõ, vì ánh sáng chính không có khả năng truyền ảnh của nó đến mắt qua khí quyển.

Ánh sáng yếu nhất bị ánh sáng mạnh nhất lấn át.

Hình có ba phần: Chất liệu, hình dáng và màu sắc. Khi quan sát kỹ, chúng ta có thể phân biệt rõ cả ba. Nếu chúng ta nhìn từ xa, chúng ta không còn có thể nhìn rõ hình ảnh vì hình dạng bị mờ. Và nếu chúng ta nhìn từ xa hơn, chúng ta cũng không nhận ra màu sắc. Do đó, đừng tô vẽ những hình ảnh xa vời một cách cầu kỳ.

II. VẼ BẰNG BÚT CHÌ.

1) Bút chì

Nó được làm bằng carbon và đất sét, trộn ở nhiệt độ cao. Những mỏ có nhiều đất sét thì cứng hơn, những mỏ có ít đất sét thì mềm hơn và dày hơn.

Trong lớp của Thúy Hương, chúng ta sử dụng bút chì 4B, 5B và 6B.

2) Thực hành

Trước khi vẽ, bạn phải:

- quan sát
- so sánh và phân tích
- diễn đạt

Vì mỗi đối tượng đều có hình dạng hình khối hình học nên trước tiên bạn phải quan sát xem hình khối của nó là hình gì, sau đó vẽ chúng ra giấy.

Nếu nó là một số vật thể đứng chung, thì bạn sẽ phải xem hình dạng chung của chúng là hình gì và vẽ nó ra.

Sau đó, bạn vẽ trục trung tâm, trục dọc và trục ngang.

Từ trục trung tâm, bạn xác định vị trí của từng vật thể; sau đó bạn vẽ đường thẳng xung quanh chúng, và đừng quên rằng trục trung tâm của mỗi vật cũng sẽ giúp bạn.

Khi bạn muốn diễn tả các đường cong, bạn chỉ cần nhấn mạnh ở góc của các đường thẳng.

Tính nhẩm tỷ lệ chiều cao và chiều rộng của mỗi đối tượng và so sánh nó với phần còn lại.

Bạn phải vẽ một cách dễ dàng, không sợ hãi và không tẩy xóa, để lại nhiều đường nét. Sau đó, bạn nhấn mạnh những đường chính xác nhất.

3) Vẽ bóng:

- Trước hết, các vật thể phải được vẽ bóng sao nó cho nó diễn đạt được cả ba mức độ ánh sáng: ánh sáng đầy đủ, ánh sáng trung bình và ánh sáng dịu.

- Bắt đầu từ không gian lớn đến không gian nhỏ và không phân biệt đâu là vật bên trong, đâu là vật bên ngoài.

- Nơi có ánh sách đầy đủ thì để trống đừng đánh bóng . Đánh bóng bóng tất cả theo cùng một hướng, và bạn sẽ đánh bóng nhiều lần trong vùng ánh sáng dịu để có được cường độ tối nhất; sau đó bạn sẽ thay đổi hướng của các đường bút chì để có được một kết cấu hình vuông.

- Cuối cùng, nhấn mạnh đậm nét nơi có sự ngăn cách giữa hai vật thể và giữa một đối tượng với bóng của nó.

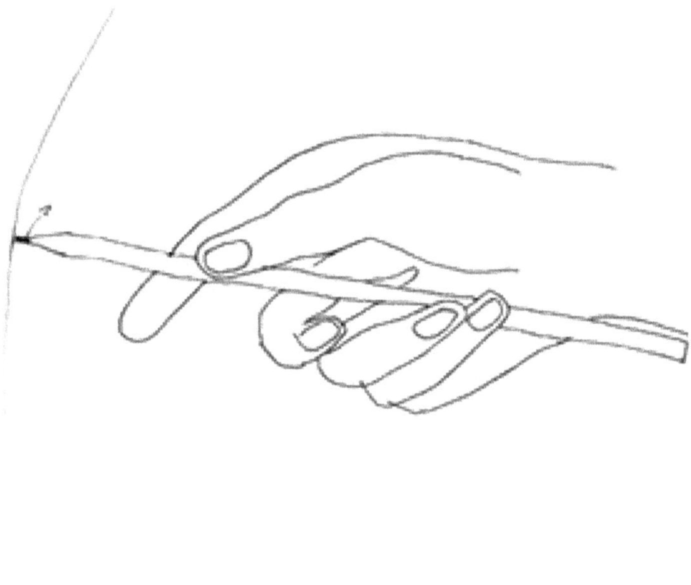

Ví dụ : thực tập vẽ hai trái cây bằng nhựa.

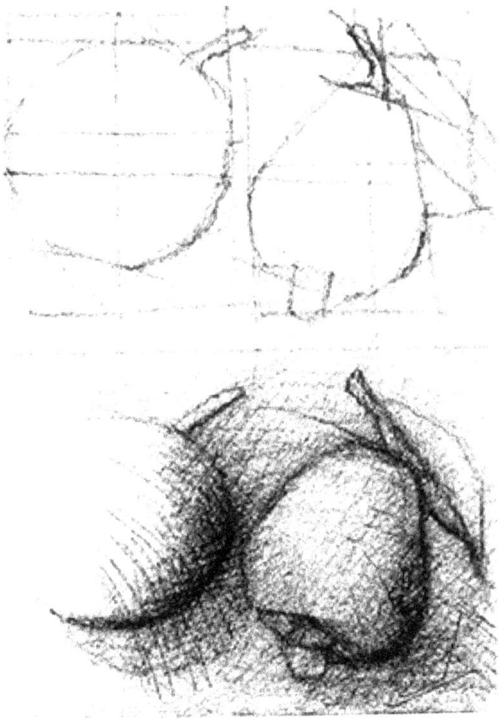

III. MÀU SẮC

Những khái niệm cơ bản:

1) Màu sắc là một hiện tượng của tự nhiên. Vào giữa thế kỷ 17, Newton đã phân tích và phát hiện ra bảy màu sắc của cầu vồng:

tím _ xanh tím _ xanh lam _ xanh lục _ vàng _ cam _ đỏ

Một vật thể để có màu sắc cần có ba điều kiện cơ bản:

Vật thể - ánh sáng - môi trường

7 màu của cầu vồng có 3 màu cơ bản:

ĐỎ VÀNG XANH

Các màu khác là kết quả của sự pha trộn:

CAM = ĐỎ + VÀNG

XANH LÁ CÂY = VÀNG + XANH LAM

TÍM = ĐỎ + XANH LAM (CỘNG MỘT CHÚT TRẮNG)

TÍM XANH = TÍM + XANH LAM

2) Mối quan hệ giữa các màu sắc:

a) Màu sắc được phân biệt theo hai tông: TÔNG NÓNG VÀ TÔNG LẠNH

Các màu thuộc tông nóng là: ĐỎ, VÀNG, CAM và các màu thuộc tông lạnh là: XANH LAM, XANH LÁ CÂY, TÍM, TÍM XANH.

Ngoài ra, tùy thuộc vào tông màu chiếm ưu thế mà màu sẽ ấm hoặc lạnh. Ngoại trừ màu tím, nếu nó được trộn với nhiều màu xanh lam, kết quả sẽ là màu xanh tím, là tông màu lạnh, và nếu nó được trộn với nhiều màu đỏ, kết quả sẽ là màu nâu, là tông màu ấm.

Màu đen và trắng ở giữa; ví dụ:

Đen + xanh lam = xanh lam đậm (tông màu lạnh)

Đen + đỏ = nâu (tông nóng)

Trắng + đỏ = hồng (tông nóng)

Trắng + xanh lá cây = xanh lục nhạt (tông màu lạnh)

Có hai loại gam màu. Khi bạn nói "gam", bạn có nghĩa là sự kết hợp của màu có tối thiểu ba màu. Gam màu nóng là loại gam có nhiều màu sắc tông ấm hơn và gam màu lạnh là loại gam có màu sắc tông lạnh hơn.

3) Màu bổ sung:

Chúng là những màu đối lập, khi chúng ở gần nhau, chúng sẽ tăng cường sắc độ lẫn nhau. Ví dụ:

Màu xanh lá cây nếu nó ở bên cạnh màu đỏ sẽ xanh hơn và màu đỏ sẽ đỏ hơn.

Trong số bảy màu của cầu vồng, chúng bổ sung cho nhau:

Xanh và đỏ

Xanh lam và cam

Tím và vàng

4) Màu hài hòa:

Chúng là những màu, khi chúng ở gần nhau, làm giảm bớt sắc độ của nhau.

. Có 5 cách để tìm kiếm chúng:

Hai màu gần nhau cộng với một màu khác là hỗn hợp của nó, ví dụ: đỏ + vàng + cam (vàng + đỏ)

Màu sắc trong cùng một tông, tông nóng hoặc tông lạnh.

Màu sắc giống nhau với cường độ khác nhau.

Các màu đối lập, ví dụ, đỏ và xanh lá cây, sẽ tương tự khi chúng ta đặt chúng trên nền xám.

Hai màu đối lập, nhưng có kích thước thật khác nhau khác nhau.

5) Màu xám:

Đó là một màu trung, là sự kết hợp giữa hai màu đen, trắng và những màu khác tùy theo- chúng ta có thể trộn nó và có được nhiều màu xám khác nhau. Ví dụ: xám hồng, xám xanh, xám cam… vv. Được sử dụng để làm dịu các màu đối lập.

Màu được sử dụng theo hai phạm vi khác nhau ,trong tranh hội họa và trong trang trí.

6) Thực hành:

Chúng ta thực hành với bột màu, một chất liệu tương tự như màu nước, nhưng đặc hơn nhiều; Một bề mặt của bột màu được coi là đẹp khi nó trông giống như gốm sứ.

Trộn màu đỏ-xanh-vàng để có 7 màu của cầu vồng.

Tìm độ đậm hoặc nhạt của một màu.

Hãy tìm màu của tông màu ấm và tông màu lạnh.

Tìm các màu bổ sung.

Tìm các sắc thái khác nhau của màu xám.

Tìm các màu liên quan.

Chúng ta tập luyện các gam màu nóng hay gam màu lạnh với công việc của bố cục hình tròn, hình vuông, hình chữ nhật và bố cục diềm tường.

Ghi chú: Cách pha màu của bột màu cũng giống y như là sơn dầu.

V. THIẾT KẾ BỐ CỤC HÌNH TRÒN, HÌNH VUÔNG, HÌNH CHỮ NHẬT

_Đó là một công việc quan trọng đối với một người muốn học vẽ. Đầu tiên, để xử lý bút vẽ tốt hơn; thứ hai, để làm phong phú thêm gam màu của bạn; thứ ba, học cách cách điệu hình ảnh để làm cho nó đơn giản hơn và sáng tạo hơn. Nó sẽ phục vụ trong trang trí, trong thiết kế vải, thiết kế gốm, thiết kế gạch hoa, diềm tường; thậm chí nó còn giúp bạn phát triển khả năng sáng tạo trong các bức tranh của mình.

_ Bạn cần có bút chì, tẩy, thước kẻ và compa. Chúng ta thực hành với bột màu hoặc với acrylic.

_ Các bạn tận dụng thiên nhiên: hoa, cá, bướm ...; cũng với các hình dạng hình học, điểm, đường thẳng, đường cong, đường đứt khúc, và cả cấu trúc đối xứng và xuyên tâm để có thể thiết kế dễ dàng.

Ví dụ: Thiết kế bố cục hình tròn

Bạn xem từng bước:

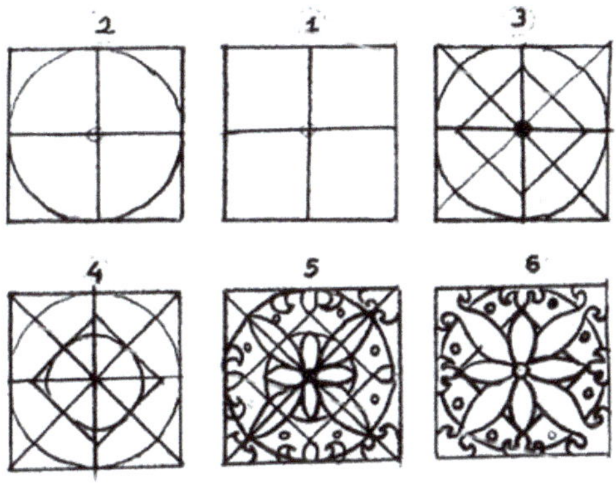

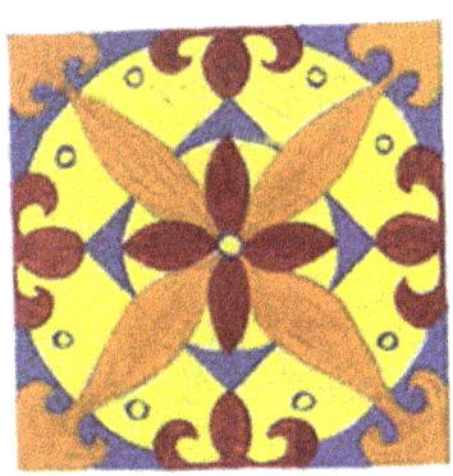

Gam nóng

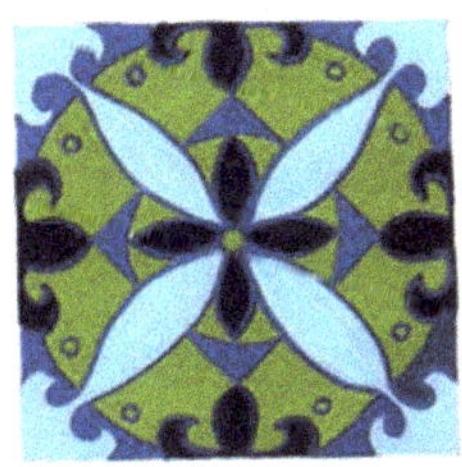

Gam lạnh

V. VẼ TRANH TĨNH VẬT BẰNG PHẤN MÀU

Phấn màu được sử dụng rộng rãi trong vẽ chân dung, một ví dụ là tác phẩm của Edgar Degas vào thế kỷ 19. Nó được làm bằng bột, nước và các chất khác ở dạng bút chì hoặc thỏi phấn màu và được vẽ trên giấy.

Lúc mới bắt đầu vẽ, bạn sẽ lo lắng về chất liệu nào bạn sẽ vẽ tốt nhất, màu nước, phấn màu, acrylic hay sơn dầu. Về cơ bản, lý thuyết để vẽ hình ảnh bằng bút chì, tạo hình nổi và màu sắc, được sử dụng để vẽ trong mọi chất liệu.

Vẽ tranh tĩnh vật bằng bút chì cũng giống như vẽ tranh tĩnh vật bằng màu. Bạn sẽ thấy rằng cách diễn giải ánh sáng và bóng tối trong bút chì cũng giống như tông màu mà bạn định trình bày trong bản vẽ hoặc bức tranh.

Đầu tiên, bạn đặt những vật vào vùng ánh

sáng hắt vào một bên với: ánh sáng đầy đủ, ánh sáng trung bình và ánh sáng dịu.

Thứ hai, bạn phải xem hình dạng hình học của tất cả các vật là hình gì như thể chúng là một và vẽ chúng trên giấy với một màu cho nền, một màu cho mỗi vật thể tương ứng với hình dạng hình học của nó và trình bày bức tranh ở ba mức độ ánh sáng, như bạn đã thấy trong các ví dụ.

Một khi bạn quyết định vị trí của mỗi đối tượng, bạn phải làm nổi nó bằng cách trộn màu, một màu đậm hơn với một màu nhạt hơn, và bạn tiếp tục trộn để có được tông màu và cường độ của chu vi của mỗi một trong số chúng.

Ví dụ: quả cam có màu cam, cho nên màu cam. Vấn đề là ở chỗ nào? Bạn chỉ thấy một vòng tròn màu cam; cho nên điều quan trọng là bạn phải làm nổi nó. Ở vùng ánh sáng đầy đủ và trung bình, bạn phủ màu vàng cam để có màu cam nhạt hơn. Trong vùng ánh sáng dịu, hãy phủ một lần nữa bằng màu cam để có được màu cam đậm hơn. Và bạn phủ một lần nữa với màu vàng nhạt hơn trong tổng vùng ánh sáng. Nhấn mạnh đường viền của quả cam nằm trong vùng ánh sáng dịu. Và sau đó bạn sẽ có một quả cam nổi lên và không phải là một hình tròn phẳng. Và làm như vậy với những phần còn lại của bức tranh.

Ví dụ: Vẽ hai trái cây nhựa trên bánh. Bạn hãy xem từng bước:

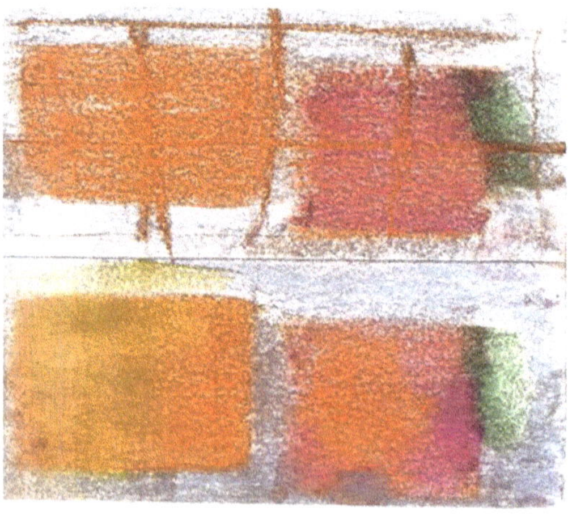

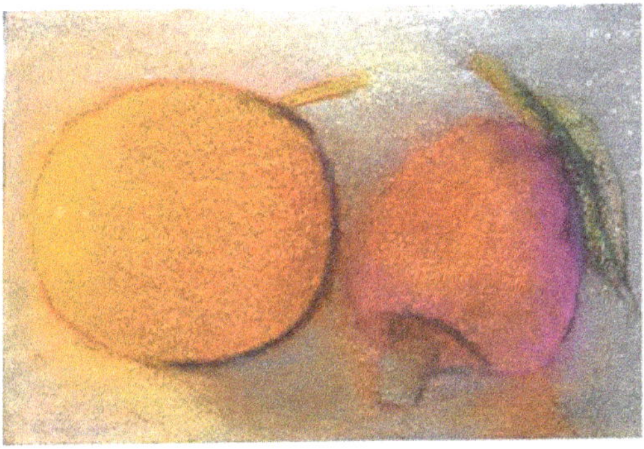

Với cách giải thích tương tự, chúng ta sẽ vẽ một bức tranh tĩnh vật với màu nước, acrylic, bột màu và sơn dầu.

VI. CÁCH VẼ HOA BẰNG MÀU NƯỚC

Một bức tranh màu nước đẹp thì bề mặt màu nước phải nhẹ, và nó phải cho chúng ta cảm giác ướt hoặc trong suốt. Vì vậy, đừng vẽ cùng một chỗ quá ba lần và đừng để màu qúa khô trong khi bạn đang vẽ.

Làm ướt giấy bằng một mảnh vải ẩm hoặc bằng cọ trước tiên.

2. Nhìn tổng thể hình dạng hình học của những bông hoa và đặt chúng ở vị trí có ánh sáng bên với: ánh sáng đầy đủ, ánh sáng trung bình và ánh sáng dịu.

Chọn màu cho nền của không gian và nền của mỗi bông hoa sao cho hình dạng hình học và màu sắc của nó tương ứng với nhau.

Diễn giải phối cảnh của từng bông hoa, từ trên xuống dưới, từ trái sang phải và từ trước ra sau.

Tiếp theo, bạn vẽ các đường chu vi của tất cả các bông hoa.

Bạn hãy quan sát xem từng bước:

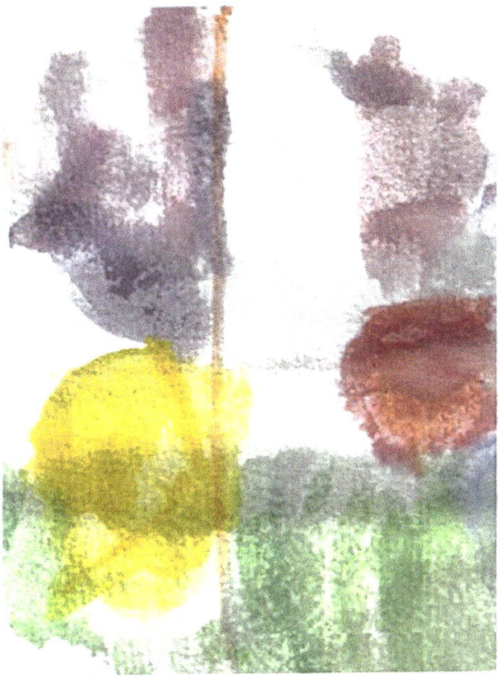

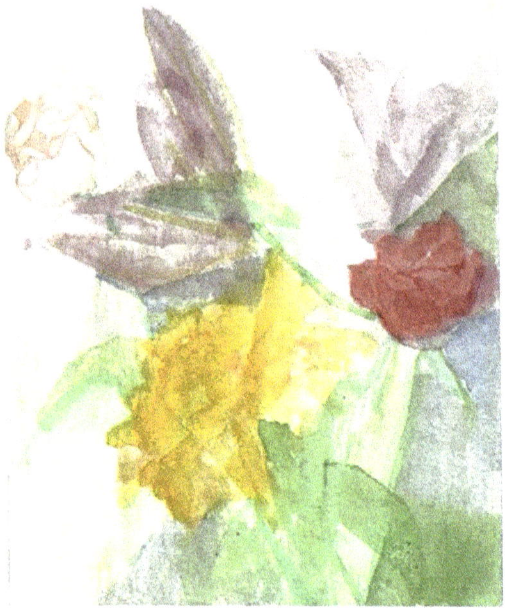

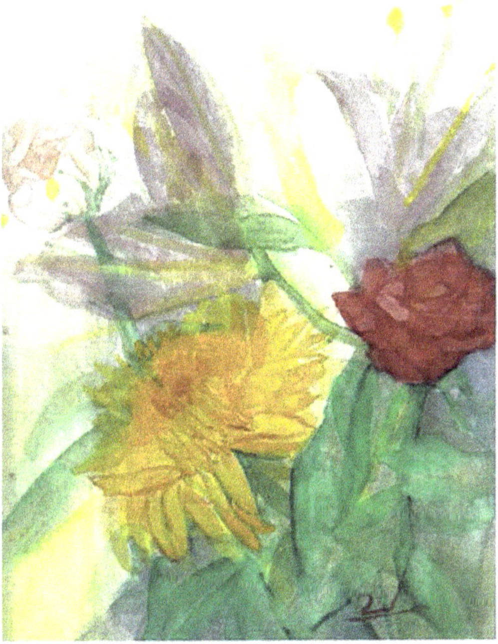

VII. PHÉP PHỐI CẢNH

Leonardo da Vinci không chỉ nổi tiếng với bức họa Gioconda cùng với một nụ cười bí ẩn, mà còn được xem là tác giả của phép phối cảnh với một quan điểm, là bầu trời và mặt đất được chia cắt bởi một đường chân trời, cùng với phương pháp đo đạc toán học.

Sự khám phá của ông đã trở thành một chân lý bất di bất dịch trong việc giảng dạy ở các trường đại học mỹ thuật, không chỉ riêng Việt nam mà còn cả thế giới. Thậm chí họ còn sử dụng một cục đá và một cái dây, và nheo mắt lại để đo mà không biết đo cái gì.

Thứ nhất, không ai có thể đo một cái cây hay một con mắt xem thử bao nhiêu xăng ti mét để vẽ. Nhưng nếu một cái máy ảnh chỉ có thể chụp được một bức phong cảnh ở một bình diện hoặc là phía trước và phía bên, hoặc là từ dưới nhìn lên, hay từ trên nhìn xuống; thì hội hoạ với sự mơ mộng của nó, có thể tạo ra một bức phong cảnh với một bình diện toàn diện: phía trước mặt, phía bên, từ trên nhìn xuống và từ dưới nhìn lên.

Thứ hai, bầu trời và mặt đất không được chia cắt bởi một đường chân trời mà bởi một không gian ba chiều.

Sau đây là sự truyền đạt về phép phối cảnh trích từ sách "El arte de pintar - Nghệ thuật để vẽ" của Thúy Hương:

1. Mặt đất là một mặt phẳng ngang được giới hạn bởi một hình vòm cung.

2. Khoảng cách giữa bầu trời và mặt đất là một không gian ba chiều, hay một mặt phẳng đứng.

3. Không gian ba chiều được cấu tạo bởi hai mặt phẳng song song và một mặt phẳng đứng ở giữa nối liền.

4. Bề mặt của biển là một mặt phẳng ngang được cấu tạo bởi những làn sóng. Những làn sóng cũng là những mặt phẳng ngang với những kích thước nhỏ hơn.

5. Khoảng cách giữa bầu trời và mặt biển được chia cắt bởi một không gian ba chiều.

6. Khoảng cách của mặt biển và mặt đáy của biển là một không gian ba chiều, hay một mặt phẳng đứng được cấu tạo bởi những làn sóng khác nhau là những mặt phẳng đứng nhỏ.

7. Khoảng cách giữa bầu trời và mặt đáy của biển được cấu tạo bởi một không gian ba chiều, hay hai mặt phẳng đứng, được chia cắt bởi một mặt phẳng ngang là bề mặt của biển.

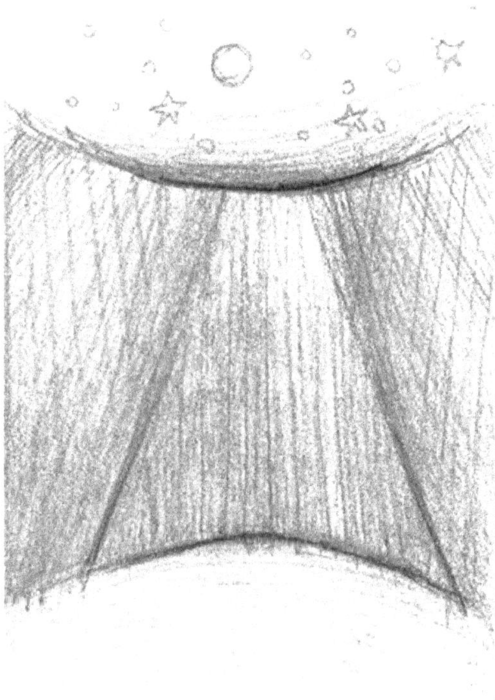

Khoảng cách giữa bầu trời và mặt đất.

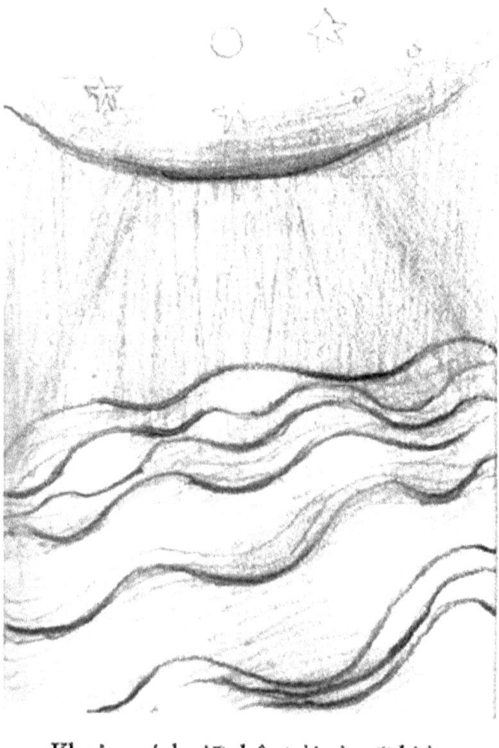

Khoảng cách giữa bầu trời và mặt biển.

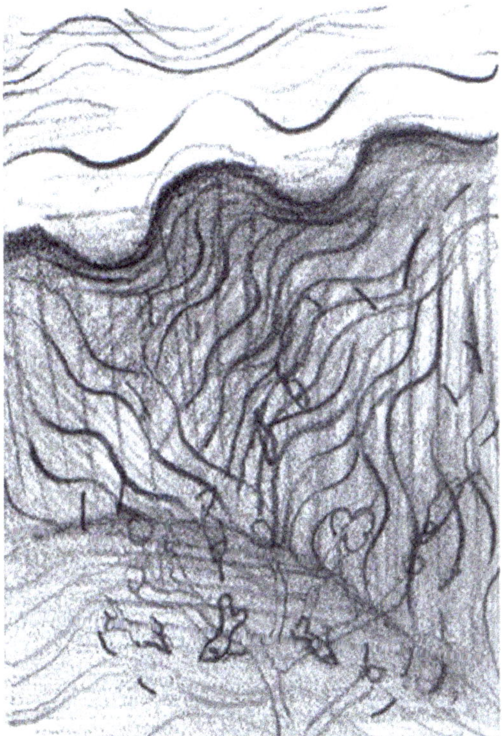

Khoảng cách của mặt biển và mặt đáy của biển.

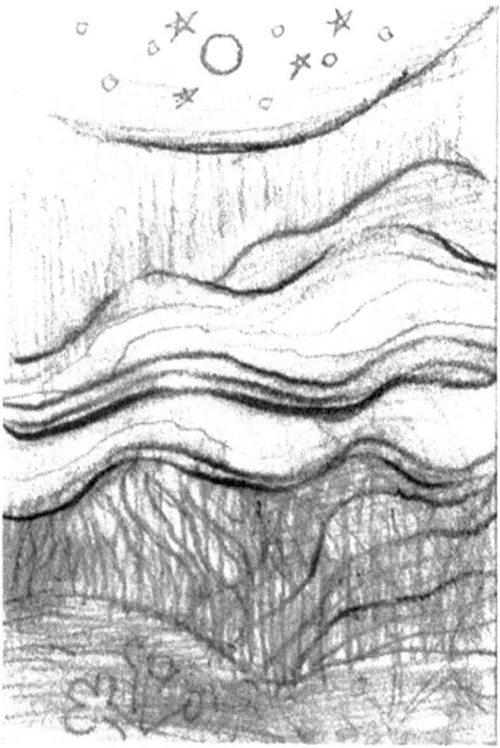

Khoảng cách giữa bầu trời và mặt đáy của biển.

VIII. VẼ PHONG CẢNH

Có ba cách để vẽ phong cảnh:

_ Vẽ trực tiếp.

_ Thực hiện các bản phác thảo và sau đó vẽ trong phòng vẽ.

_ Vẽ theo trí nhớ.

Đầu tiên bạn phải chọn địa điểm của phong cảnh mà bạn sẽ vẽ; Cũng nên nhớ rằng điều quan trọng nhất là góc nhìn của bạn.

Để bức tranh của bạn có một bức tranh phong cảnh với không gian bao la và sâu lắng, hãy cẩn thận với quy tắc sau:

_ Không cắt giữa bức tranh theo chiều dọc hay chiều ngang.

_ Không nên đặt đường phố vào bất kỳ góc nào của bức tranh, chúng là những điểm chết.

_ Không đặt hình ảnh, ví dụ, một cái cây, ở bất kỳ góc nào của bức tranh.

_ Không đặt hình ảnh ngay nền chính giữa bức tranh.

Ví dụ: (No = không, sí = được)

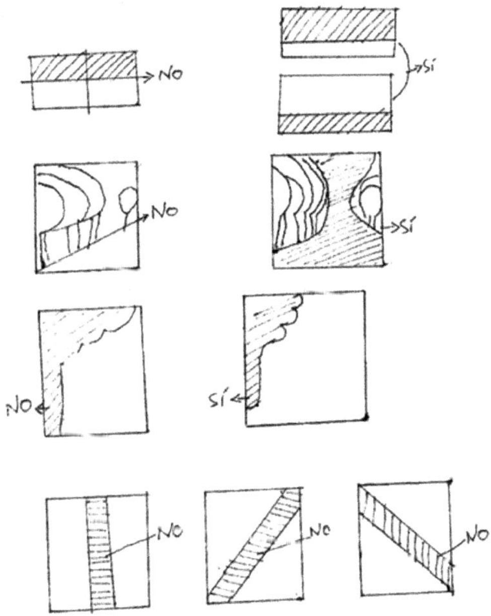

IX. VẼ KÍ HỌA

Bản phác thảo sẽ được thực hiện bằng đường viền chu vi, bút chì hoặc bút lông, bằng mực trên giấy. Nó tập trung vào những chuyển động của đối tượng bạn định vẽ.

Đầu tiên, bạn phải quan sát các hình ảnh đang chuyển động, và xem hình dạng hình học của chúng là gì và trục của chúng là gì. Sau đó, bạn vẽ các đường chu vi ngoại hình của nó. Không quan trọng nếu chúng không chính xác và nếu bạn chưa hoàn thành trước khi hình ảnh biến mất, bạn sẽ thêm các chi tiết được nhớ lại.

Một bức ký họa đẹp khi đường nét của nó được vẽ một cách liên tục và không bị gò bó; và với cường độ khác nhau của đường nét tùy theo góc độ ánh sáng và góc độ diễn tả lồi lõ thì hình ảnh sẽ nổi lên được.

Vẽ kí họa là một công việc thú vị và quan trọng đối với một nghệ sĩ. Khả năng quan sát, tốc độ nhanh của tay, khả năng nhìn và truyền tải chuyển động trong tranh của bạn sẽ được tăng cường, và nó sẽ làm phong phú thêm hình ảnh phong cảnh và khả năng sáng tạo của bạn.

Việc thực hành:

_Với một cuốn sổ và một cây bút chì, hãy vẽ phác thảo về người, động vật, phong cảnh mà bạn thích, khi bạn đi dạo hoặc uống cà phê với một người bạn.

_ Sau đó, với hình ảnh phác thảo bạn có, bạn vẽ lại trên giấy với kích thước lớn hơn, bạn chọn hướng có ánh sáng bên và bạn vẽ cho hình nổi lên.

Ví dụ:

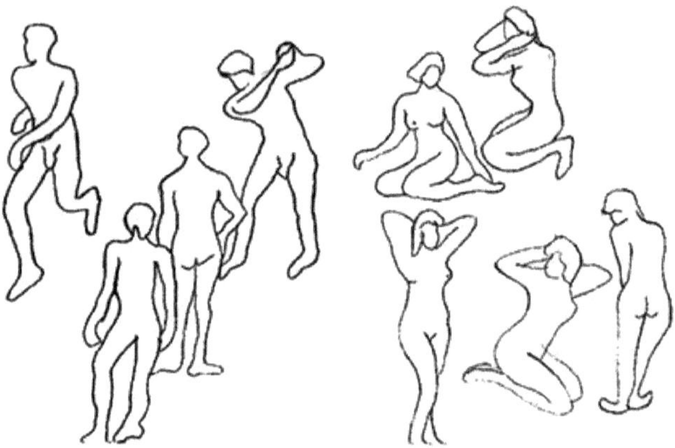

X. VẼ MẶT NGƯỜI

Trước khi vẽ, bạn nên quan sát:

Hình dạng của đầu.

Tình trạng mắt, mũi, miệng.

Các đặc điểm đặc trưng của khuôn mặt của người mẫu.

Cảm xúc được thể hiện trên khuôn mặt của người mẫu.

Đầu được tính bằng hình vuông hoặc gần như hình chữ nhật; hình dạng của nó là một hình bầu dục và các tai nằm ở khoảng giữa hình vuông và hình bầu dục.

_ Trục nhân trung của khuôn mặt luôn đi qua nhân trung, nằm giữa hai lông mày.

_ Khuôn mặt được chia thành ba phần bằng nhau từ trán đến cuối cằm.

_Trục ngang trung tâm của khuôn mặt đi qua phía dưới mắt và chia đôi đầu.

6) Đầu tiên, bạn chuẩn bị những gì bạn sẽ vẽ ở khu vực ánh sáng được phản chiếu một bên, được trình bày trên khuôn mặt với ba mức độ: ánh sáng toàn phần, ánh sáng trung bình và ánh sáng dịu.

7) Thứ hai, bạn vẽ hình dạng hình học của khuôn mặt, xác định trục trung tâm và trục hoành, đó là những trục chia khuôn mặt thành ba phần bằng nhau.

Bạn vẽ các đường chu vi trong các hình dạng thẳng dài và nhấn mạnh các đường cong. Sau đó, bạn chia từng phần của khuôn mặt và vẽ các chi tiết.

Để đánh bóng, hãy nhớ rằng chúng ta không còn đánh bóng cho một vật thể hay những thứ đơn giản, mà là khuôn mặt, nó phức tạp hơn nhiều. Vì vậy, bạn phải chú ý đến phối cảnh của khuôn mặt và sự làm nổi cho nó.

Trán và mũi là những phần cần phải làm nổi. Điểm sáng và đậm nhất sẽ ở ngay đầu cánh mũi. Mắt thì nằm trong một không gian sâu hơn, cũng giống như cái miệng nằm sâu vào không gian bên trong so với cái mũi.

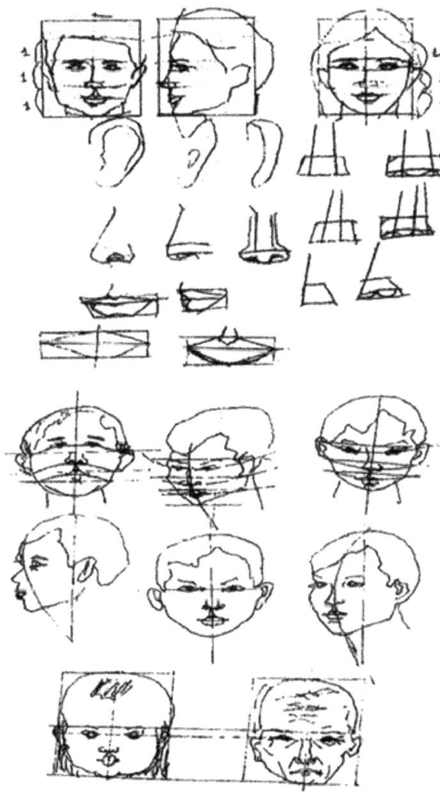

Bạn quan sát từng bước:

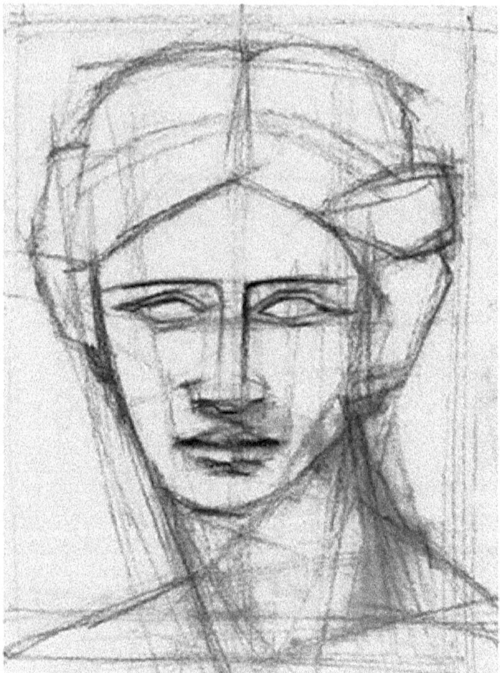

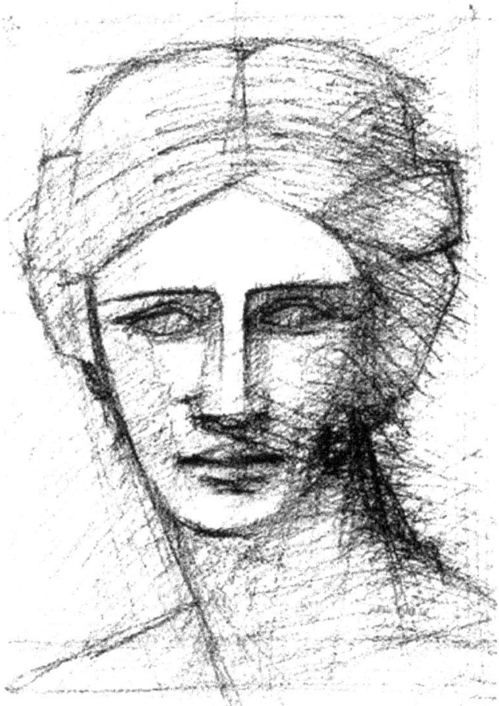

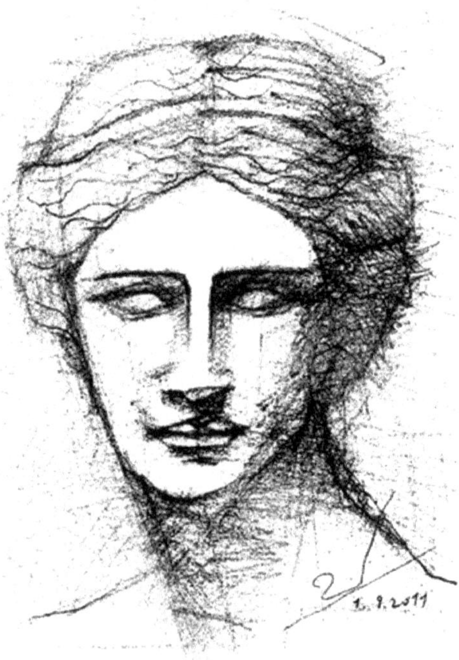
1. 9. 2011

XI. CƠ THỂ CON NGƯỜI VÀ KÍCH THƯỚC CHUNG

Quan sát sự khác biệt về kích thước của người nam và người nữ.

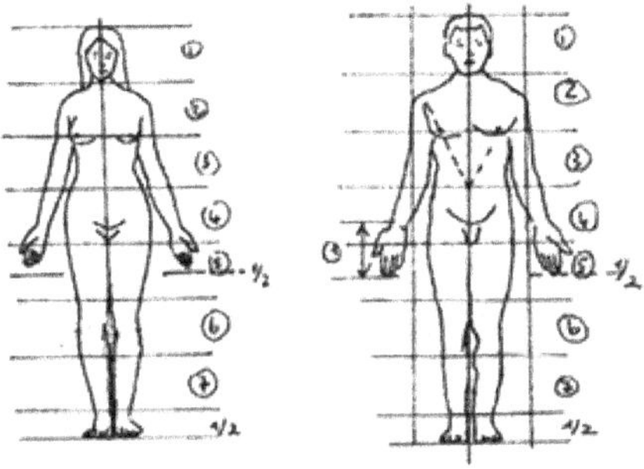

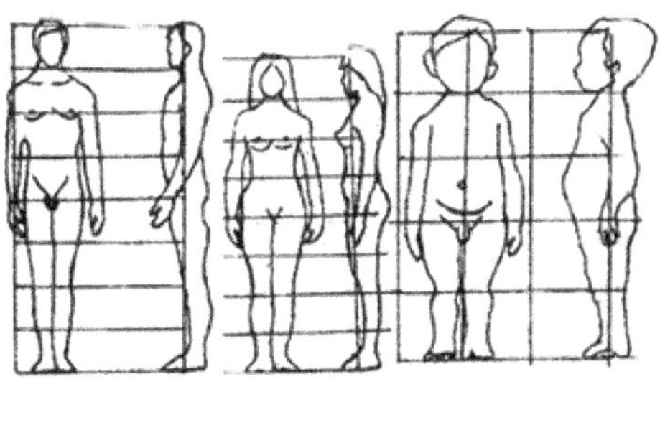

XII. NGHỆ THUẬT HIỆN ĐẠI: TRANH BỐ CỤC

a) NGHỆ THUẬT ẤN TƯỢNG

Bố cục và tranh bố cục là hai khái niệm khác nhau. Bố cục là một phần của bức tranh, nó là sự sắp xếp nghệ thuật của các hình ảnh trong tranh; còn tranh bố cục là tranh thể hiện những ý tưởng và quan niệm xuất hiện trong sự vận động và thay đổi của các nghệ sĩ hiện đại.

Thúy Hương nhận ra rằng từ khi phát hiện ra bức tranh sơn dầu của Jan Van Eyck vào năm 1400 cho đến khi trường phái ấn tượng xuất hiện vào năm 1887, không có sự khác biệt về kỹ thuật vẽ, chỉ có sự khác biệt giữa các đối tượng được vẽ.

Hội họa cổ điển bắt đầu với các chủ đề Chúa, con người và vũ trụ. Vào thế kỷ XVIII, chủ nghĩa lãng mạn gần gũi hơn với văn học với các chủ đề về con người, thơ ca, tình yêu, giấc mơ, thần thoại. Và những người theo chủ nghĩa hiện thực đã cố gắng giải thích hiện thực xã hội mà họ đang sống. Nhưng cho đến thế kỷ 19, các họa sĩ không vẽ ngẫu hứng mà thông qua các bản phác thảo. Trong quá trình nghiên cứu, họ đã lấy phong cảnh làm vật trang trí cho nền của bức tranh. Kỹ thuật của các loại tranh này là mịn, tốt, trang nhã và tỉ mỉ.

Đầu tiên họ chuẩn bị các bản phác thảo, sau đó họ làm một hộp phác thảo với màu nền. Họ sử dụng các màu trắng, đen, đỏ carmine, vàng vừa và vàng đất. Khi bức tranh khô, họ gọi người mẫu và hoàn thành. Tính đơn giản và bảo mật được cung cấp bởi kỹ thuật của những bức tranh mà họ vẽ cho các bản phác thảo được duy trì trong hơn 300 năm cho đến thế kỷ 19, với sự ra đời của nghành nhiếp ảnh nghệ sĩ có thể vẽ trực tiếp trong tự nhiên. Đặc tính của dầu mới cũng tạo ra những ý tưởng mới trên bề mặt bức tranh.

Cái tên "trường phái ấn tượng" bắt nguồn từ bức tranh của Monet: "Ấn tượng về mặt trời mọc." Một nhà phê bình đã lợi dụng danh hiệu này và mỉa mai gọi họ là những người theo trường phái ấn tượng. Danh tiếng xấu của những người theo trường phái Ấn tượng không chỉ vì màu sáng mà còn vì họ không chuẩn bị bản phác thảo trước khi vẽ. Sự thay đổi này triệt để đến mức cho đến ngày nay, nhiều người, thậm chí nhiều họa sĩ, nghĩ rằng muốn vẽ bạn phải tùy cơ ứng biến.

Trong tranh của những nghệ sĩ này, một ánh sáng hiện diện sẽ đi kèm với một ánh sáng khác. Họ sơn màu xanh nhạt, đỏ và xanh lá cây ở những vùng tối, đó là những mảng mà các tác phẩm kinh điển chỉ sơn màu xám và nâu; họ đã đổi màu đen thành đỏ sẫm hoặc xanh nước biển hoặc xanh lục. Màu sắc chủ đạo trong tranh của ông là xanh lam nhạt và xanh tím.

Những người theo trường phái Ấn tượng có rất nhiều: Manet, Pissaro, Vuillard, Sisley, Bonnard, Guillain… Giữa họ có sự khác biệt: một số coi trọng sự sáng tạo và một số khác coi trọng cảm giác thị giác hơn. Nếu như đối với Monet, phong cảnh giống như một ấn tượng thì Van Gogh thể hiện cảm xúc của mình qua những nét vẽ ngắn và dày tạo thành hình ảnh. Những bức tranh đầu tiên của Manet, Renoir và Degas mang màu sắc của trường phái Ấn tượng, nhưng chúng không được vẽ một cách ứng biến, vì chúng phản ánh kỹ thuật của trường phái hiện thực trong việc diễn giải hình ảnh, kích thước của bức tranh và sự sáng tạo của họ. Cézanne đã thể hiện sự quan tâm đến sự sáng tạo của mình trong các bức tranh "Bañitas": ông đã tạo ra những hình ảnh gần và xa có cùng kích thước và chiều sâu, và trong cùng một không gian; và với nó, ông đã phá vỡ quan điểm cổ điển. Sự độc đáo trong cấu trúc và màu sắc của các bức tranh của ông đã cho thấy rằng người nghệ sĩ đã làm việc với các thử nghiệm ký họa.

Kể từ đó, các nghệ sĩ hiện đại như Duchamp, Juan Gris, Gleises, Henry Matisse, Picasso quay trở lại quan tâm đến việc giải quyết vấn đề bằng các phương pháp phân tích và trừu tượng.

Đúng là ảnh hưởng của cuộc cách mạng trường phái Ấn tượng đã ảnh hưởng trực tiếp đến các nghệ sĩ cùng thời với họ, đặt ra một câu hỏi mới về cảm xúc, chiều sâu, nét vẽ, tác phẩm, hình ảnh ...

Những bức tranh hiện đại được coi là những bức tranh được vẽ chính xác trong khoảng thời gian từ năm 1903 đến năm 1925 ở Paris, với sự thể hiện của các hình thức khác nhau và các tác giả thuộc các quốc tịch khác nhau.

Tuy khác nhau nhưng chúng có ba đặc điểm chung:

Đầu tiên, chúng đã được vẽ một cách ứng biến.

Thứ hai, mỗi khu vực trên bề mặt của tranh đều có những đặc điểm giống nhau và tầm quan trọng tương tự nhau.

Thứ ba, chủ đề của bức tranh là chính là sự sáng tạo.

Tạo bố cục là điều quan trọng nhất đối với các họa sĩ của bất kỳ phong cách nghệ thuật hiện đại nào, và đây là sự bác bỏ những gì mà bức tranh trước đó đã có. Đối với họ, không có gì phải được vẽ, bởi vì chính bố cục là chủ thể của bức tranh; bố cục không còn là một yếu tố trong bức tranh, mà chính nó là vấn đề.

b) NGHỆ THUẬT LẬP THỂ

Năm 1909, Braque và Picasso đã tạo ra những bức tranh phong cảnh và tĩnh vật, những bức tranh này chịu ảnh hưởng từ "Những người đang tắm" của Cézanne, nhưng với sự phát triển hơn. Những bức tranh này với sự đồng nhất và vẻ đẹp của chúng đã bắt đầu một phong cách mới gọi là Chủ nghĩa lập thể.

Và qua các bức tranh năm 1907 "Những thiếu nữ ở Avignon", của Picasso, và "khỏa thân" của Braque, chúng ta có thể thấy rằng mối quan tâm và sự quan tâm của họ là sự phân tích về một phong cách nghệ thuật, nó không phải tìm kiếm một chủ đề mới. nhưng một cấu trúc không gian mới.

Đúng là những bức tranh theo trường phái lập thể đầu tiên của Picasso và Braque với ý định mô tả khoảng cách phức tạp của các vật thể thông qua sự biến đổi một nửa của những thứ đơn giản như báo, chai, kính, đàn guitar ... đã được đánh giá quá cao: Trong khi tranh theo trường phái ấn tượng đã phải chờ 10 năm mới được thế giới biết đến thì những tác phẩm lập thể và các loại hình nghệ thuật hiện đại khác, dưới tài quảng cáo của các nhà thơ như Max Jacob, André Breton,

Juan Cocteau, Guillaume Apollinaire ..., chỉ một năm sau họ đã nhận được sự quan tâm cực kỳ lớn của giới sưu tập; Giá của các bức tranh đã tăng đến mức tối đa và thị trường phát triển danh tiếng của nó lan rộng trong phạm vi quốc tế.

Ngoài những kinh nghiệm này, các nghệ sĩ khác đã dựa vào trang trí tường; và họ tạo ra những bức tranh bằng những chất liệu chưa từng được sử dụng trong lịch sử hội họa.

c) NGHỆ THUẬT SIÊU THỰC

Hình ảnh ẩn dụ không có gì mới, tất cả các họa sĩ cổ điển đều sử dụng nó để thể hiện chủ đề của họ, nhưng các nhà siêu thực lại sử dụng nó như một trò chơi để tìm kiếm thông tin đa chiều.

Thông qua một chiếc bánh mì Dalí hoặc một cái chai của Chirico, họ muốn mọi người thấy được nhiều thứ hơn. Kỹ thuật của họ, tỉ mỉ, sạch sẽ và rất thực tế, điều này là nghịch lý đối với lý thuyết của chủ nghĩa siêu thực và kỹ thuật của trường phái ấn tượng.

d) NGHỆ THUẬT TRỪU TƯỢNG

Năm 1911, Kandinsky tạo ra bức tranh "Ngẫu hứng" với bố cục mở, nhiều màu sắc và hình ảnh bị biến dạng thành các đường cong và thẳng và các hình dạng hình học.

Năm 1916 và 1917, Mondrian đã tạo ra một loạt "Bố cục", trong đó các bức tranh của ông trông giống như bản đồ toán học; màu sắc đơn giản và hình ảnh là các đường thẳng ngang và dọc.

Có một sự khác biệt rất lớn giữa những suy nghĩ trừu tượng của họ. Kandinsky là một họa sĩ người Nga, một trong những người đã thành lập nhóm "The Blue Rider" ở Đức vào năm 1911. Ông đã viết một cuốn sách về linh cảm. Ông viết: "Âm thanh âm nhạc tiếp cận trực tiếp với tâm hồn và tìm thấy sự cộng hưởng ngay lập tức trong đó, vì con người mang âm nhạc trong chính mình." Đối với Kandinsky, chỉ có trí tưởng tượng hay cái nhìn của linh hồn mới cho phép chúng ta nhìn thấy một màu đỏ vô hạn, âm vang trong tâm hồn chúng ta khi chúng ta nghe nó.

Trong khi đó, Mondrian thể hiện khuynh hướng của mình đối với khoa học công nghệ. Sự thoải mái của kỹ thuật của bạn không phụ thuộc vào bất kỳ kiến thức đặc biệt, tài năng của đôi tay, hoặc cảm xúc tình cảm; bạn thậm chí có thể tạo bề mặt của tranh bằng bất kỳ vật liệu nào.

Bằng cách này, chúng ta cũng có thể thấy sự khác biệt cơ bản giữa chúng trong cách vẽ tranh. Mặc dù cả hai không phác thảo, Kandinsky đã vẽ theo ứng biến và Mondrian thì không.

Thúy Hương sẽ dừng lại với khía cạnh rất quan trọng này: như vậy thì, không có một mối quan hệ tương hỗ giữa phác thảo và ngẫu hứng. Bạn có thể vẽ với một phác thảo nhưng lại ứng biến và không chuẩn bị phác thảo mà lại không ứng biến.

Ngoài ra, chúng ta sẽ nhớ rằng màu sắc của các bức tranh theo trường phái ấn tượng không giữ được chất lượng lâu như các tác phẩm kinh điển. Và nếu nó đã được vẽ nhiều lần mà không để nó khô, kết quả là sự ra đời của một màu xám; và chúng ta cũng có thể thấy trong một số bức tranh được vẽ theo ngẫu hứng, ví dụ như bức tranh của Monet và bức tranh cuối cùng của Manet, những yếu tố không cần thiết vẫn còn sót lại.

Vấn đề là bản chất bên trong của cuộc cách mạng của trường phái Ấn tượng: sự rung động của nét cọ, sự chiếu sáng của màu sắc, thể hiện cảm xúc và tài năng của người nghệ sĩ trong bức tranh của mình.

Sự ra đời của hội họa trừu tượng mang lại ý tưởng tươi sáng về việc nhìn hội họa theo nghĩa bên trong chứ không phải vẻ bề ngoài. Nhưng chủ nghĩa cực đoan của anh ta trong việc từ chối hình ảnh và tham vọng tạo ra một cái gì đó mới, tạo cho anh ta sự lạnh lùng của một nhà khoa học hơn là tận hưởng thú vui làm họa sĩ.

Trong khi những người theo trường phái Ấn tượng nhấn mạnh tầm quan trọng của tính đặc thù của hội họa, một nghệ thuật dựa trên yêu cầu về tài năng và được phân biệt với sự khéo léo trong phương pháp làm việc và khái niệm sản xuất, thì nghệ thuật của thời đại chúng ta thay vì hoàn thiện ý tưởng tuyệt vời này, họ đã làm ngược lại.

VIII. NGHỆ THUẬT VẼ CHÂN DUNG

Trước khi máy ảnh ra đời, vẽ chân dung là nghệ thuật hội họa đẳng cấp nhất. Một bức chân dung thật giống và có hồn đặt ra một thách thức lớn đối với độ chính xác của khoa học.

Sau đây là phần trích dẫn được chuyển dịch sang tiếng Việt từ cuốn sách "El arte de pintar - Nghệ thuật để vẽ" của Thúy Hương được viết và xuất bản năm 2011 tại quần đảo Canarias - Tây Ban Nha. Mời mọi người cùng đọc và thưởng thức:

"Chắc chắn rằng sự ứng biến của cuộc cách mạng trường phái Ấn tượng không phải là một ý tưởng mới, những thiên tài về chân dung đã cảm nhận sâu sắc điều đó. Hơn ai hết, họ biết rằng cuộc sống của những bức chân dung đẹp là do người nghệ sĩ có được sự ứng biến trong một khoảnh khắc kỳ diệu khi vẽ chúng.

Có một số kỹ thuật và ứng dụng nhất định đối với nghệ thuật vẽ chân dung, nhưng không một họa sĩ nào, thậm chí cả những họa sĩ vẽ chân dung thiên tài, có thể giải thích cách họ có thể vẽ một bức chân dung người mẫu bằng chính cuộc sống nội tâm của anh ta. Thực ra vẽ chân dung là một công việc gọi hồn, một cuộc đấu tranh về năng lượng.

Có hai loại người mẫu. Đầu tiên là người chọn họa sĩ và trả tiền cho bức chân dung. Thứ hai là bức do họa sĩ chọn. Trong cuộc tranh giành quyền lực giữa họ, họa sĩ có thể tìm thấy một sự phản kháng mạnh mẽ hơn ở kiểu đầu tiên.

Trong điều này, nếu năng lượng của họa sĩ mạnh hơn, bức chân dung sẽ đại diện cho nội tâm của người mẫu, với cái nhìn và nhận thức của họa sĩ. Bức tranh sẽ kết thúc bằng tài năng của người họa sĩ. Nhưng, nếu sức mạnh của người mẫu mạnh hơn, thì bức chân dung sẽ đại diện cho nội tâm của người mẫu với dáng vẻ và nhu cầu của nó.

Sức mạnh của người mẫu phụ thuộc vào vị trí xã hội, sự giàu có, tuổi tác, kinh nghiệm sống và mức độ trí tuệ. Sức mạnh của một họa sĩ phụ thuộc vào sự tự tin của anh ta trong công việc, trí thông minh của anh ta, tính cách và cả trình độ trí tuệ của anh ta.

Khoảng cách giữa họa sĩ và người mẫu là 3 mét và 1,50 mét.

Khoảng cách gấp đôi kích thước 4,50 m là khoảng cách từ các bức tranh tường. Trong không gian này, họa sĩ ở ngoài cuộc tranh giành quyền lực; đó cũng là vị trí mà người họa sĩ có thể nhìn thấy chiều sâu của không gian, nơi anh ta có thể nắm bắt được đường viền của hình ảnh và diễn giải chiều không gian ba chiều của nó.

Khoảng cách 1m là của tác phẩm điêu khắc, gần đến mức người họa sĩ không thể cảm nhận được tâm hồn mà chỉ có thể chạm vào. Người mẫu sẽ không thay đổi vị trí của nó và họa sĩ là người di chuyển.

Bạn phải bắt đầu với một khoảng cách phù hợp, chẳng hạn như 3 mét, nơi mà họa sĩ có thể quan sát được toàn bộ người mẫu và chiều sâu của nó, anh ta cũng có thể tự vệ và không bị ảnh hưởng bởi sức mạnh của người mẫu, thậm chí anh ta có thể quan sát tính cách luôn thay đổi của người mẫu, những chuyển động của các đặc điểm trên khuôn mặt của người đó. Nhưng, ở khoảng cách này, họa sĩ không thể thể hiện tốt các chi tiết trên khuôn mặt người mẫu; Ví dụ, chân dung phụ nữ của Duflos hay Degas, không nghi ngờ gì, chỉ được vẽ ở khoảng cách 3 mét hoặc 3,50 mét, đó là những bức tranh đẹp, nhưng chúng không phải là những bức chân dung thành công. Vì vậy, để thể hiện được các đặc điểm ngoại vi của người mẫu, họa sĩ phải tiếp cận người mẫu ở khoảng cách 1,50 mét, nhưng chỉ chốc lát rồi phải quay lại ngay khoảng cách 3 mét.

Bởi ngoài nét vẽ thì cái hồn mới là thứ tạo nên sự giống cho bức chân dung. Nó không phải là một cái gì đó trơ ra, mà là tâm hồn của một con người, luôn thay đổi, tùy theo thời đại và tính cách. Ở khoảng cách 1,50 mét, họa sĩ có thể để thị giác chi phối nhận thức của mình về người mẫu và làm mất đi khoảnh khắc kỳ diệu là ứng biến khi hoàn thành bức chân dung.

Yêu cầu thể hiện hình dáng bên ngoài của người mẫu là một trở ngại mà họa sĩ không thể nhìn thấy bản chất của người mẫu. Trong các bức chân dung thế kỷ 18, mặc dù các nghệ sĩ có kỹ thuật và tài năng đáng ngạc nhiên, nhưng các bức chân dung khá nhàm chán. Tất cả các người mẫu đều có quần áo giống nhau, cử chỉ tao nhã giống nhau của một phong cách Pháp mà từ thế kỷ 18 đã lan rộng khắp châu Âu. Hơn nữa, nét dân tộc, không phụ thuộc vào thị hiếu như thời trang của các nước là điều mà họa sĩ phải giải quyết.

Vẽ một người từ ký ức thì dễ hơn vẽ từ cuộc sống. Nếu anh ta vẽ từ ký ức, người nghệ sĩ có thể thể hiện người mẫu của mình bằng cảm xúc và ký ức của mình; kết quả của bức chân dung này rõ ràng không phải được đặc trưng bởi độ chính xác mà bằng cách diễn giải trừu tượng, và bức chân dung sẽ là của họa sĩ hơn là của người mẫu. Với sự hiện diện của người mẫu, nghệ sĩ buộc mình phải bước vào một thế giới khác và phải làm quen với sự thân thiết của người mẫu. Một bức chân dung tốt sẽ có được đời sống nội tâm của người mẫu một cách mãnh liệt, sự thân thiết giữa họa sĩ và người mẫu; và không nghi ngờ gì nữa, cũng là sự sáng tạo của người họa sĩ thông qua sự độc đáo, bố cục, nét vẽ và màu sắc của anh ấy.

Phong cách tuyệt vời của bức tranh là nó đi thẳng vào sự tri kỷ của người mẫu mà không cần phải tạo kiểu.

Trong các bức chân dung của Velázquez và Rembrandt, ta thấy độ rung của nét vẽ và khả năng diễn giải chính xác người mẫu của họ theo cách tự nhiên.

Trong thực tế, một nghệ sĩ không bao giờ sao chép một hình ảnh từ cuộc sống. Luôn luôn trong tiềm thức của anh ta có một hình ảnh được cho là của người mẫu. Hơn nữa, cái nhìn của một nghệ sĩ không ngây thơ như cái máy ảnh, nghệ sĩ nhận thức và quyết định đâu là đặc điểm quyến rũ nhất của người mẫu để chụp phác họa nó vào bức tranh của mình, để bức chân dung đi vào cõi vĩnh hằng. Và vì mỗi bức chân dung là một thế giới mới, người nghệ sĩ sẽ phải khám phá ra một bài học mới. Và vì lẽ đó, ngoài tầm quan trọng của chân dung trong lịch sử hội họa, chân dung vẫn luôn, đang và sẽ là sức hấp dẫn đối với các họa sĩ giỏi và những người yêu nghệ thuật."

XIV. TÓM TẮT LỊCH SỬ MỸ THUẬT

a) CÁC TRƯỜNG PHÁI CỦA NGHỆ THUẬT HIỆN ĐẠI

Chủ nghĩa ấn tượng:

Phong trào hội họa bắt đầu ở Pháp nổi lên vào cuối thế kỷ 19, quan tâm đến việc nắm bắt bầu không khí của ánh sáng, màu sắc, bóng tối và độ tương phản. Các bức tranh của những nghệ sĩ này có đặc điểm là được làm bằng nét vẽ phóng khoáng và dày.

Chủ nghĩa lập thể:

Phong cách hội họa bắt đầu ở Pháp vào đầu thế kỷ 20 và được đặc trưng bởi việc thể hiện các hình và đối tượng thông qua các hình dạng hình học. Fernand Léger, Juan Gris, Robert Delaunay, Albert Gleizes.

Chủ nghĩa tượng trưng:

Phong trào nghệ thuật và văn học phát triển mạnh ở Pháp vào nửa sau thế kỷ 19, sử dụng nhiều biểu tượng. Puvis de Chavannes, Gustave Moreau và Odilon Redon.

Chủ nghĩa dã thú:

Năm 1905, một nhà phê bình nghệ thuật đã đặt tên "La jaula de la fiera - Cái lồng của dã thú" cho một cuộc triển lãm được tổ chức vào mùa thu ở Paris, vì màu sắc thuần khiết mạnh mẽ. Đây là cách mà cái tên "Fauvism" ra đời. Matisse, Maurice de Vlaminck, André Derain, Kees Van Dongen, Kandinsky và Jawlensky.

Chủ nghĩa vị lai:

Vào tháng 1 năm 1909, nhà thơ biểu tượng người Ý Filippo Tommaso Marinetti đã viết một bài luận văn yêu cầu các nghệ sĩ xóa bỏ quá khứ, thậm chí cố gắng phá hủy tất cả các bảo tàng và hệ thống đã được thành lập. Ông ta chỉ yêu thích tốc độ và sức mạnh và thậm chí cả chiến tranh. Chủ nghĩa vị lai đã phát triển kỹ thuật của những người theo trường phái Ấn tượng và thành phần của những người theo trường phái Lập thể. Nó đã là một hiện tượng không ra khỏi nước Ý. Giacomo Balla, Umberto Boccioni, Carlo Carrá, Luigi Russolo, Gino Severini.

Chủ nghĩa biểu hiện:

Trên thực tế, chủ nghĩa biểu hiện không có bất kỳ ý nghĩa đặc biệt nào vì không có loại hình nghệ thuật nào không thể hiện cảm xúc của nghệ sĩ, nhưng cái tên này đã được sử dụng cho một phong trào nghệ thuật ở Đức và phát triển khắp châu Âu. Kỹ thuật mà những nghệ sĩ này sử dụng rất giống với trường phái ấn tượng. Họ bắt đầu với nhóm

"El puente - Cây cầu", vào năm 1905; nhóm thứ hai là "La nueva objetividad - Tính khách quan mới ", vào năm 1910 và nhóm thứ ba là "The Blue Rider", vào năm 1912. Emil Nolde, Ernst Ludwig Kirchner, Karl Schmidt Rottluff, Franz Marc, August Macke, Edward Munch, James Ensor, Georges Rouault .

Tân nghệ thuật:

Đó là một phong cách trang trí của kiến trúc và thiết kế nội thất xuất hiện ở Châu Âu và Hoa Kỳ vào năm 1890. William Morris, Tiffany, Henry Van de Velde, và Gustav Klimt.

Chủ nghĩa Da Da:

"Dada" là một cái tên ngớ ngẩn, tình cờ nó xuất hiện trong từ điển. Trung tâm hoạt động chính của nó là quán rượu Voltaire ở

Zurich, nơi các nhà thơ, nghệ sĩ thị giác, nhà văn và nhạc sĩ có cùng hệ tư tưởng gặp nhau để tham gia các hoạt động thử nghiệm.

Ý tưởng của ông là ngăn cản chiến tranh và phá vỡ toàn bộ cấu trúc của nghệ thuật trước đây. Da Da hướng đến sự kết hợp giữa thơ ca, hội họa, âm nhạc và thậm chí cả kỹ thuật in ấn. Một trong số họ, Marcel Duchamp, ngông cuồng đến mức gửi bồn vệ sinh đến New York để tham gia cuộc triển lãm năm 1918, và năm 1919, ông đã sao chép bức chân dung nàng Mona Lisa của Leonardo da Vinci và thêm bộ râu. Ông đánh giá cao giá trị thẩm mỹ của các đồ vật được làm ra.

Guillaume Apollinaire, Filippo Tommaso Marinetti.

Chủ nghĩa siêu thực:

Năm 1917, nhà thơ Apollinaire đã chọn từ này để định nghĩa một tác phẩm sân khấu của ông. Sau này bạn của ông là André Breton và Paul Eluard cũng sử dụng nó. Chủ nghĩa siêu thực là một phong trào nghệ thuật ở Pháp bắt nguồn từ chủ nghĩa Dada từ năm 1920 đến năm 1922 với triển lãm của de Picabia và Max Ernst.

Breton là nhà tư tưởng thiết yếu của nhóm, anh coi trọng những giấc mơ và khả năng ghi nhớ lâu dài.

Năm 1925, triển lãm của Jean Arp, De Chirico, Ernst, Manray, Miró, Picasso và Tanguy được tổ chức, trong cuộc triển lãm khác vào năm 1927, còn có Picabia, Duchamp, Pau Klee và Savador Dalí đã từng cộng tác với loại tranh này. vào năm 1928.

Siêu hình học:

Nó được thành lập bởi Giorgio de Chirico ở Ý vào năm 1918. Xu hướng của nó phản ánh triết lý của Nietzsche và Schopenhauer.

Bức tranh của ông nhằm mục đích tạo ra một bầu không khí thơ mộng và huyền diệu. De Chirico đã làm cho những ý tưởng này được Carlos Carrá biết đến. Năm 1918, Carrá biên tập một cuốn sách có tên "Bức tranh siêu hình", trong đó ông nói sâu về lý thuyết này, nhưng không trích dẫn De Chirico. De Chirico trở nên tức giận và từ bỏ loại tranh này. Siêu hình học đã không rời Ý và kết thúc với Giorgio Morandi.

Trừu tượng:

Nghệ thuật trình bày các hình hình học và sự kết hợp của màu sắc, đường thẳng, đường cong, nét đứt, điểm và thích thể hiện những cảm giác, những cảm giác được cảm nhận và không nhìn thấy.

Kandinsky và Mordian là những người tiên phong.

b) NHỮNG TRƯỜNG PHÁI HỘI HỌA HẬU HIỆN ĐẠI

Nghệ thuật Pop:

"Pop" có nghĩa là phổ biến. Những bức tranh thuộc loại này thể hiện thị hiếu dành cho những thứ phù du, có thể tiêu dùng được, rẻ, sản xuất hàng loạt và có lợi nhuận cao.

Pop-art nổi lên ở Anh và phát triển ở Bắc Mỹ vào những năm 1960. Nó bắt đầu với một bức tranh có tiêu đề dài của Richard Hamilton: "Những điều gì làm cho những ngôi nhà ngày nay trở nên khác biệt như vậy?"

Bức tranh được thực hiện với những bức ảnh có kích thước 25X26cm và thể hiện cuộc sống hiện đại: căn phòng, TV, radio, quảng cáo trên tường, cô gái khỏa thân, chàng trai với cơ bắp của mình. Robert Rauschenberg, Claes Oldenburg, James Rosenquist, Tom

Wesselmann, Andy Warhol, Roy Lichtenstein.

Chủ nghĩa siêu siêu thực:

Nó còn được gọi là chủ nghĩa siêu hiện thực hoặc chủ nghĩa hiện thực ảnh. Nó là một bản sao của một bức ảnh, nhưng nó sắc nét hơn ống kính nhiếp ảnh. Nó nổi lên ở Hoa Kỳ trong những năm 1965-1970 và chủ đề chính của nó là cảnh quan đô thị và hình ảnh, các vật thể như ô tô và xe máy ở kích thước lớn. Don Eddy, Chuck Close, Richard Estes, Malcolm Morley, Ralph Goings.

Nghệ thuật Land:

Phong trào bắt đầu ở Hoa Kỳ và phát triển ở châu Âu trong những năm 1970 và 1980. Một tiểu cảnh trang trí giả bằng thép, bằng đồng,... được lắp đặt trong phong cảnh thiên nhiên và chụp ảnh. Walter De María, Robert Smithson, Robert Morris.

Nghệ thuật cơ thể:

Đó là một phong trào ra đời ở Pháp vào những năm bảy mươi, trong đó nghệ sĩ sử dụng chính cơ thể của mình như một lĩnh vực biểu đạt. Michel Journiac, Gina Pane, Bruce Nauman và Vito Acconci.

Nghệ thuật khái niệm:

Một phong trào phát triển ở châu Âu vào những năm bảy mươi. Ông chỉ quan tâm đến việc khảo sát ngôn ngữ thẩm mỹ, mà không cần hiện thực hóa nó. Ý tưởng là mọi thứ đều là tác phẩm nghệ thuật, ngay cả một tin nhắn trên điện thoại hoặc trên TV. Benjamin Vautier, một người Pháp gốc Thụy Sĩ, cũng xuất hiện với tấm biển trên ngực với câu: "Nhìn tôi là đủ". Joseph Kosuth và Robert Barry.

Op Art:

Trong suốt thời gian, các tác giả nghệ thuật đã hợp nhất op-art và pop-art. Mặc dù thực tế là có khoảng cách và sự khác biệt giữa chúng do tính độc đáo của chúng.

Phong trào này phát triển vào những năm 1960. Mặc dù bản thân tác phẩm là tĩnh, nhưng hình dạng và màu sắc gây ra ảo ảnh quang học về chuyển động. Đại diện cao nhất của nó là Víctor Vasarely. Karl Gerstner và Piero Dona zio.

Nghệ thuật máy tính

Năm 1960, những bản vẽ đầu tiên đã được thực hiện bằng máy vi tính.

Mẫu một số tác phẩm từ các loạt tranh khác nhau và các chân dung mà Thúy Hương đã sáng tác Tenerife kể từ năm 1997:

Loạt tranh "Canarias":

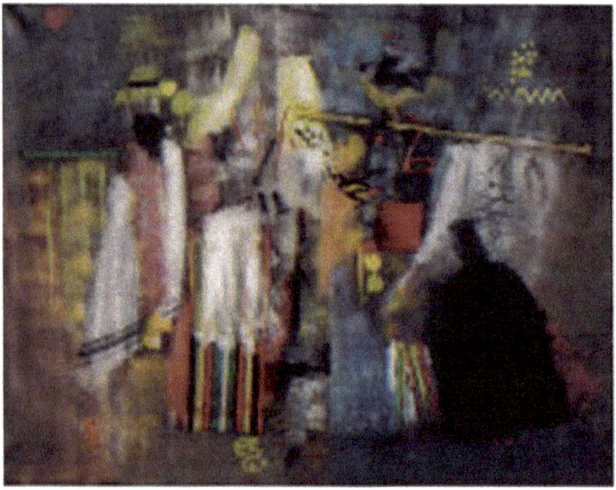

Bộ quần áo truyền thống - Sơn dầu - 127 x 154

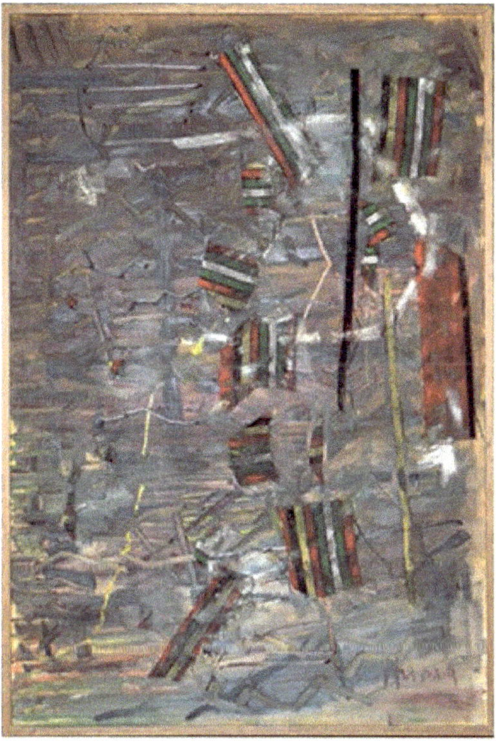

Kết qủa là sự diễn tiến của một qúa trình -
Sơn dầu - 88 x 127

Loạt tranh "Sự im lặng trắng"

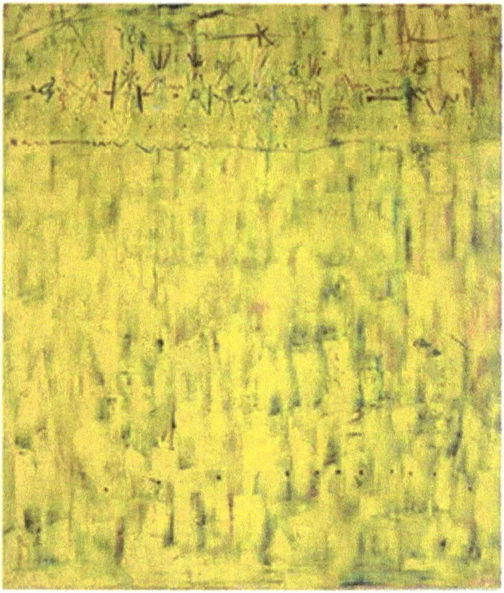

Họ đã đi ra từ một giấc mơ -
Sơn dầu - 146 x 146

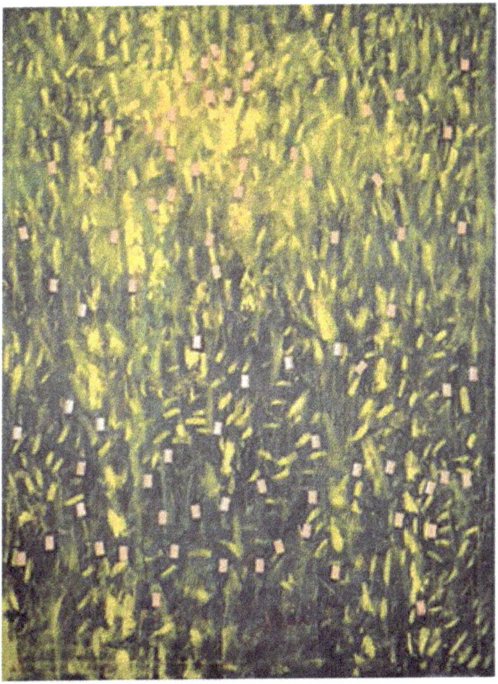

Sự im lặng trắng- Sơn dầu - 88 x 127

Loạt tranh "Sách sáng thế"

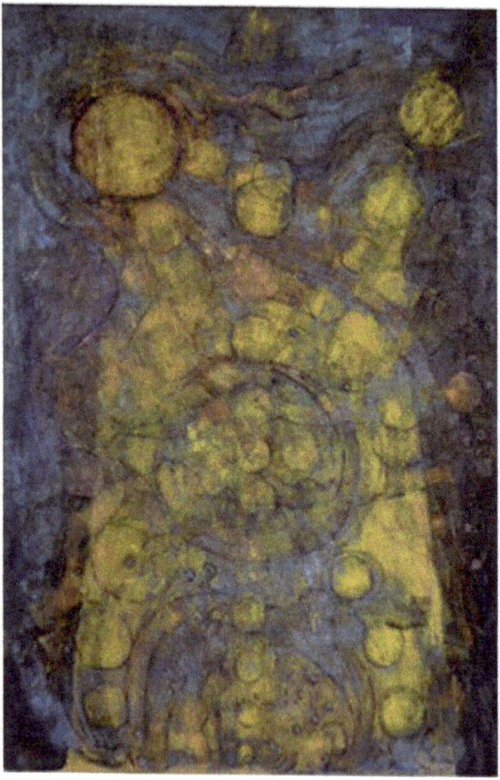

Sáu ngày của sự sáng tạo -
Sơn dầu - 146 x 196

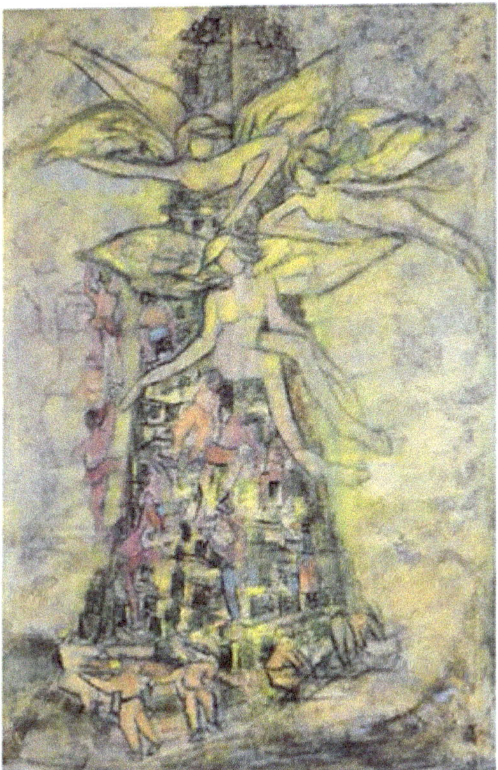

Tháp Babel - Sơn dầu - 146 x 196

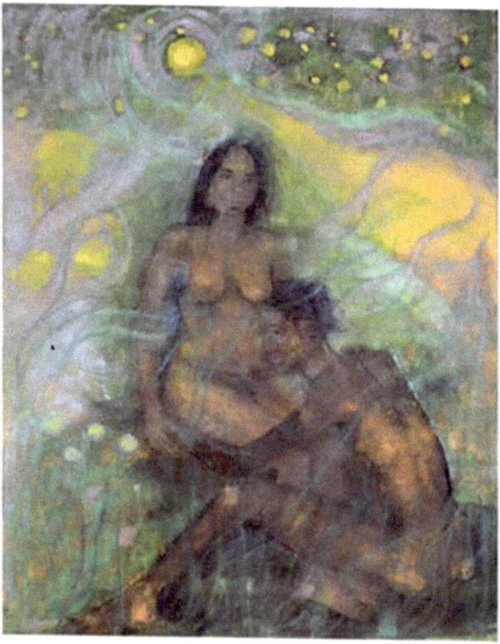

Sự cám dỗ, A đam và Evà -
Sơn dầu - 154 x 196

Loạt tranh "Một thế giới mới hạnh phúc và những giấc mơ"

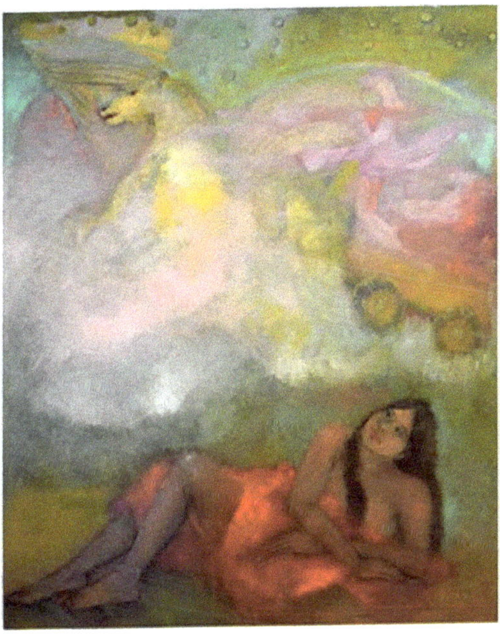

Giấc mơ - Sơn dầu - 154 x 196

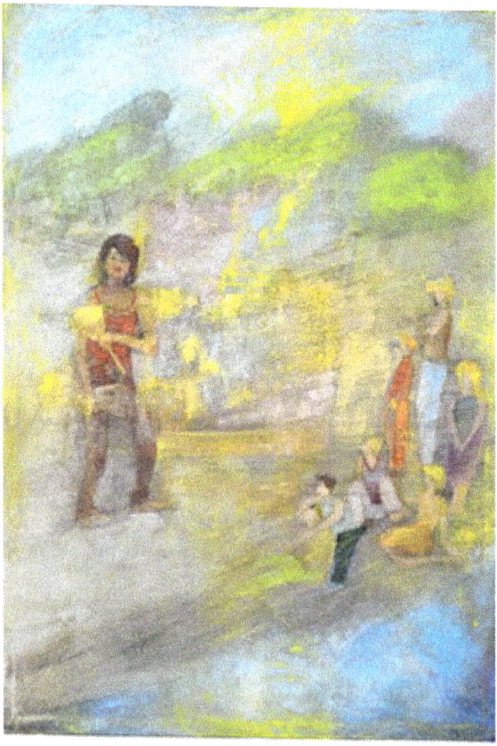

Thế giới hạnh phúc của họa sĩ-
Sơn dầu - 88 x 127

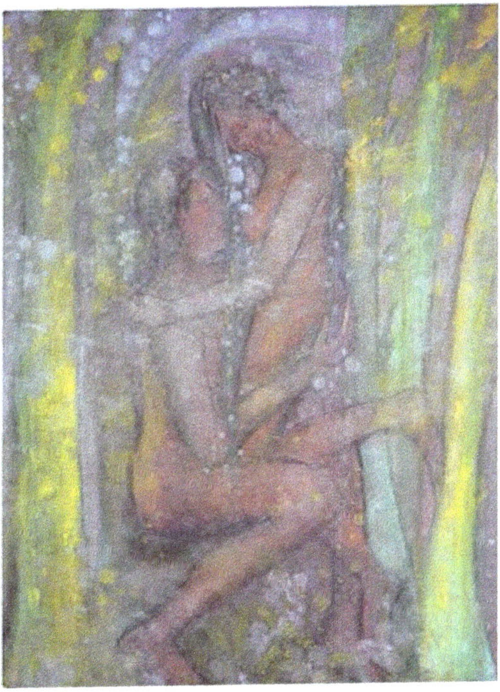

Giấc mơ của rừng- Sơn dầu - 146 x 1196

Tranh chân dung

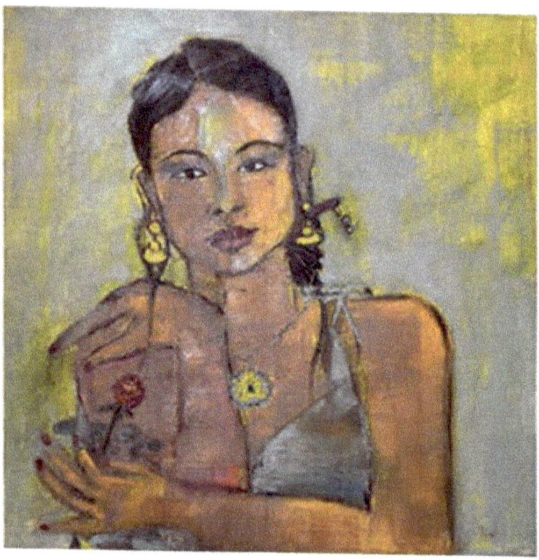

Chân dung tự họa - Sơn dầu - 60 x 60

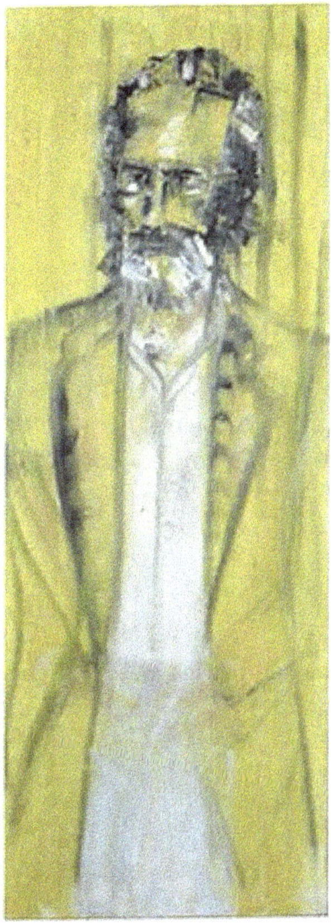

Chân dung nhà thơ Juan Bethencour -
Sơn dầu - 60 x 80

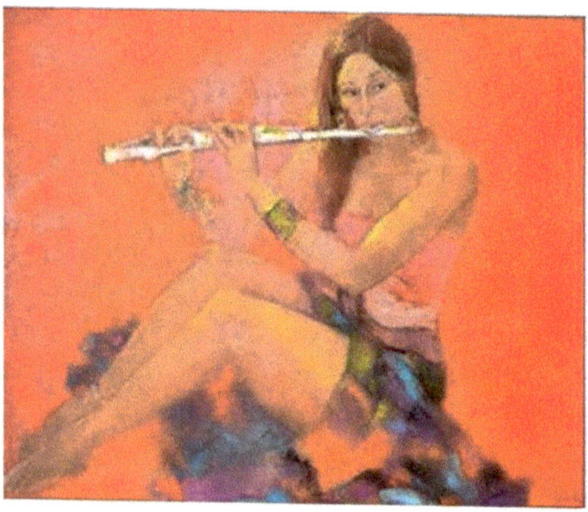

Chân dung nghệ sĩ Andrea -
Sơn dầu - 104 x 154

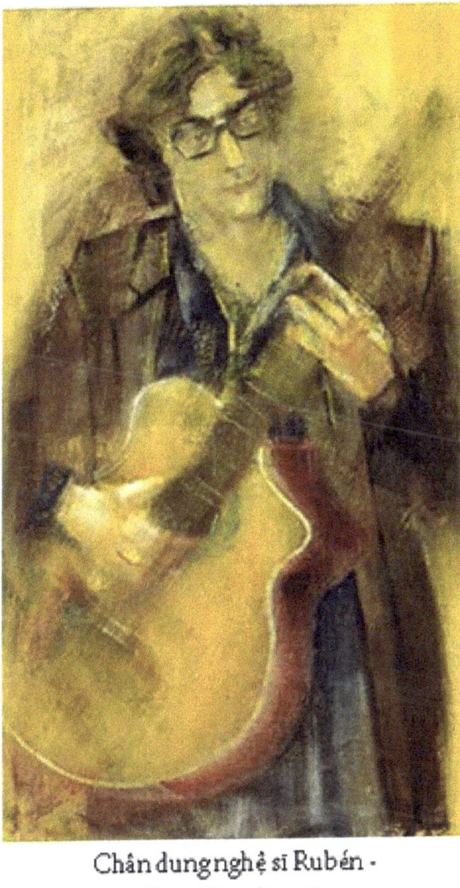

Chân dung nghệ sĩ Rubén -
Sơn dầu - 60 x 80

Không ai có thể đo một cái cây hay một con mắt xem thử bao nhiêu xăng ti mét để vẽ. Nhưng nếu một cái máy ảnh chỉ có thể chụp được một bức phong cảnh ở một bình diện hoặc là phía trước và phía bên, hoặc là từ dưới nhìn lên, hay từ trên nhìn xuống; thì hội hoạ với sự mơ mộng của nó, có thể tạo ra một bức phong cảnh với một bình diện toàn diện: phía trước mặt, phía bên, từ trên nhìn xuống và từ dưới nhìn lên.

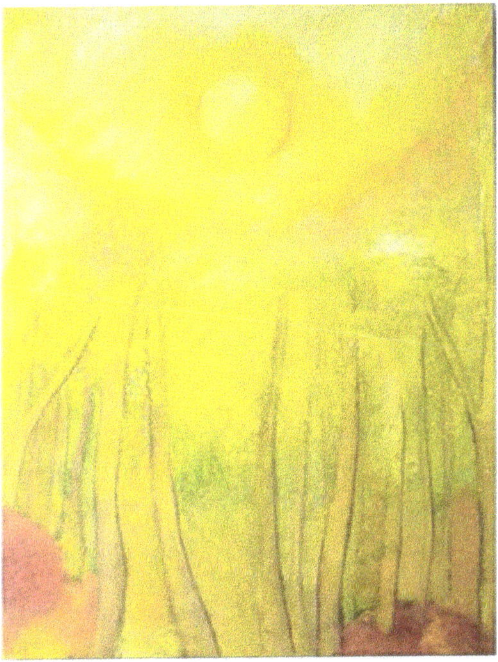

Mặt trời mới - Sơn dầu - 88 x 104

www.ingramcontent.com/pod-product-compliance
Lightning Source LLC
LaVergne TN
LVHW052139041026
849558LV00042B/548
9781989993910